Impressum
Verlag: BABADADA GmbH, Nedderfeld 112 , 22529 Hamburg
Geschäftsführer / Verlagsleitung: Harald Hof
Druck: Books on Demand GmbH, In de Tarpen 42, 22848 Norderstedt

Imprint
Publisher: BABADADA GmbH, Nedderfeld 112 , 22529 Hamburg, Germany
Managing Director / Publishing direction: Harald Hof
Print: Books on Demand GmbH, In de Tarpen 42, 22848 Norderstedt

skole

ilé-ìwé

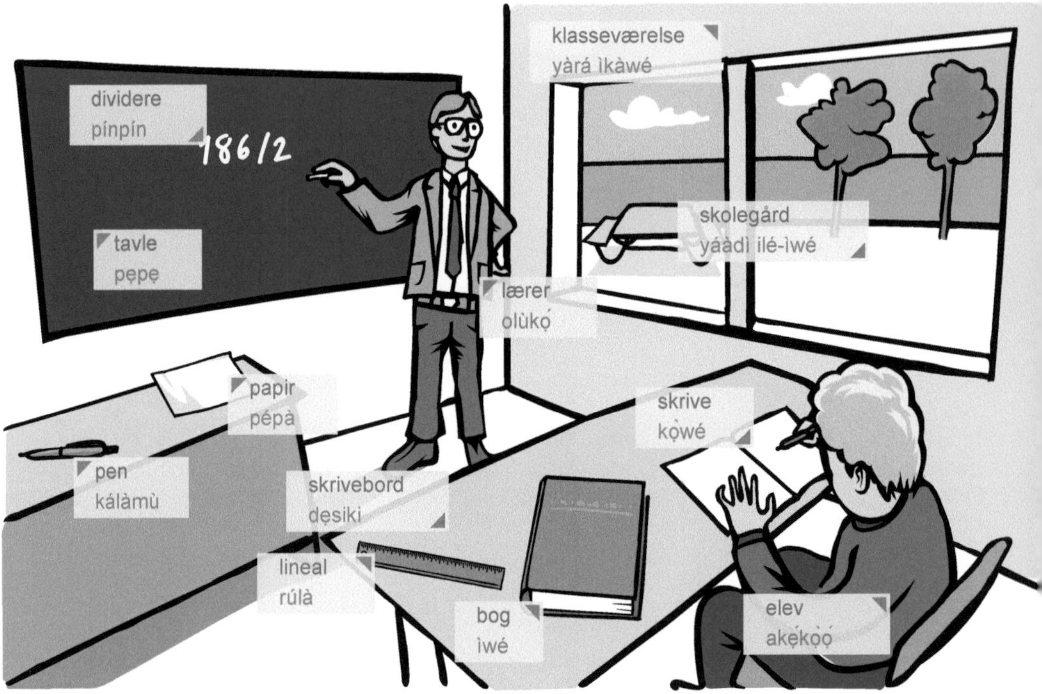

klasseværelse
yàrá ìkàwé
dividere
pínpín
186/2
tavle
pẹpẹ
lærer
olùkọ́
skolegård
yáàdì ilé-ìwé
papir
pépà
skrive
kọ̀wé
pen
kálámù
skrivebord
dẹsiki
lineal
rúlà
bog
ìwé
elev
akẹ́kọ̀ọ́

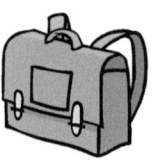

skoletaske

ọ̀rá

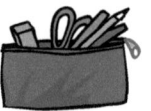

penalhus

àpò pẹnsuru

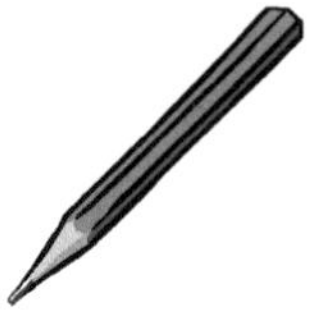

blyant

pẹnsuru

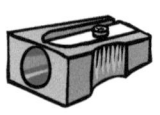

blyantspidser

olùgbẹ́ pẹnsuru

viskelæder

rọ́bà

tegneblok

bọ́tinnì yíyàwòrán

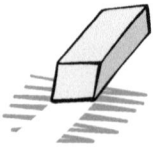

tegning

yíyàròwán

pensel

burọ̀ṣi ọ̀dà

æske med vandfarver

àpótí ọ̀dà

saks

sisọ́si

lim

gúlù

opgavehefte

ìwé iṣẹ́

lektie

iṣẹ́ àmúrelé

tal

nọ́mbà

addere

àfikún

subtrahere

àyọkúrò

multiplicere

ìsọdipúpọ̀

regne

ṣírò

bogstav

lẹ́tà

alfabet

alábídí

ord

ọ̀rọ̀ sísọ

tekst

ọ̀rọ̀ kíkọ

læse

kàwé

kridt

ṣọ́ọkì

time

ìkẹ́kọọ́

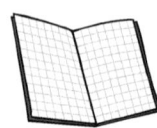

klasseprotokol

forúkọsílẹ̀

eksamen

ìdánwo

karakterbog

ìwé-ẹ̀rí

skoleuniform

aṣọ ilé-ìwé

uddannelse

ẹ̀kọ́

leksikon

ìwé ìmọ̀

universitet

yunifasiti

mikroskop

ẹ̀rọ gbohùngbohùn

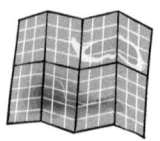

kort

àwòrán àgbáyé

papirkurv

agbọ̀n ìdalẹ̀nù

rejse
ìrìn àjò

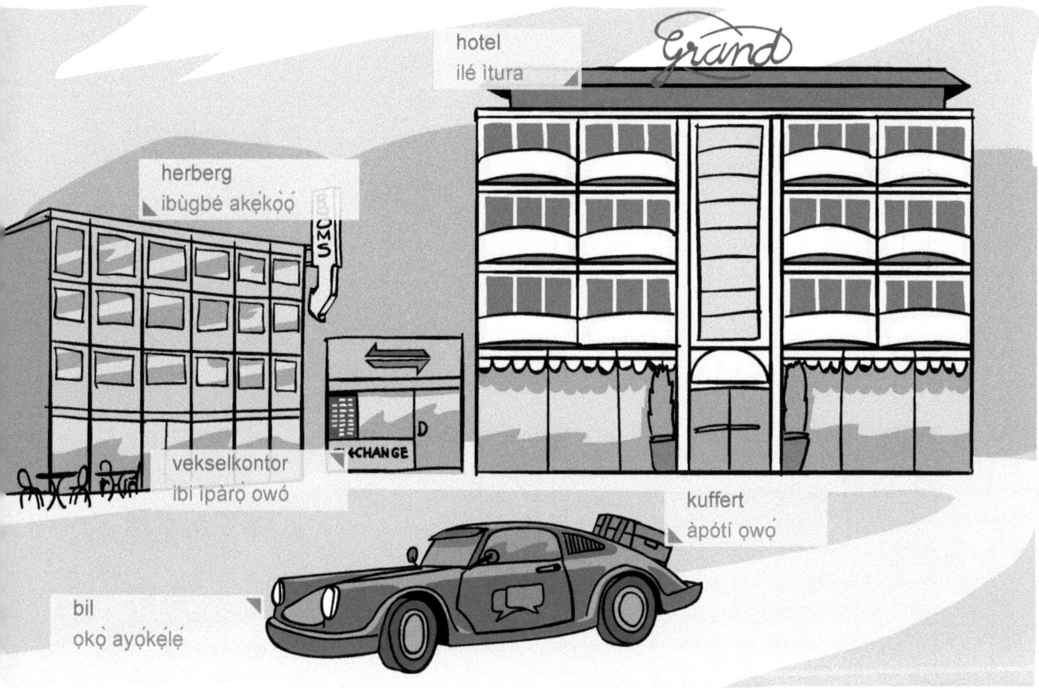
hotel
ilé ìtura
herberg
ibùgbé akẹ́kọ̀ọ́
ROOMS
EXCHANGE
vekselkontor
ibi ìpàrọ̀ owó
kuffert
àpótí ọwọ́
bil
ọkọ̀ ayọ́kẹ́lẹ́

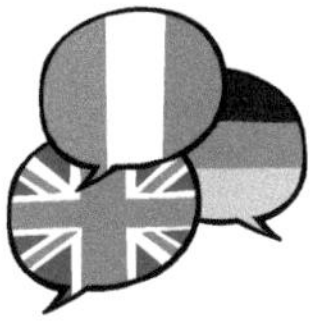

sprog
....
èdè

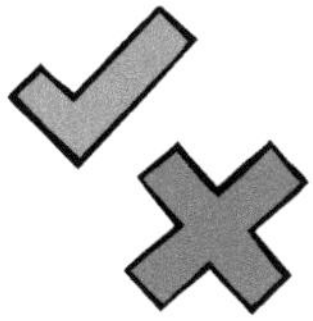

ja / nej
....
bẹ́ẹ̀ni / bẹ́ẹ̀kọ́

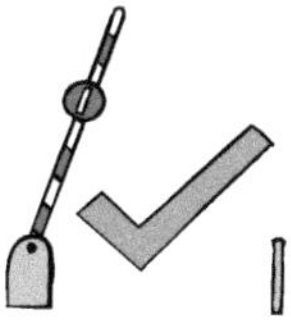

okay
....
Ó dára

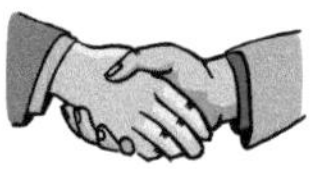

hej
....
ẹpẹ̀lẹ́

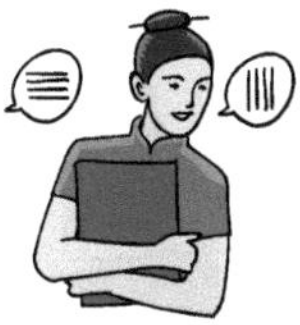

oversætter
....
olùtúmọ̀ èdè

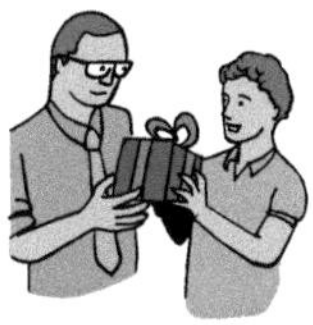

tak
....
O ṣeun

hvad koster…?

èló ni… ?

Jeg forstår ikke

Kò yé mi

problem

ìṣòro

God aften!

Ẹ káalẹ́!

God morgen!

Ẹ kaarọ!

God nat!

Ẹ káalẹ́!

farvel

ódìgbà

retning

ìtọ́ni

bagage

ẹrù-ẹni

taske

báàgì

rygsæk

àpò ẹ̀yìn

gæst

àlejò

værelse

yàrá

sovepose

báàgì ibùsùn

telt

àgọ́

turistinformation

àlàyé arìnrìn àjò

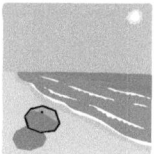

strand

òkun

kreditkort

káàdì arópò owó

morgenmad

oúnje àárò

middagsmad

oúnje òsán

aftensmad

oúnje alé

billet

tikęti

elevator

ìgbésókè

frimærke

èdìdí

grænse

àlà

told

àwon àsà

ambassade

ibi ìwé ìrìnà

visum

fisa

pas

iwé ìrìnà

transport
ọkọ̀

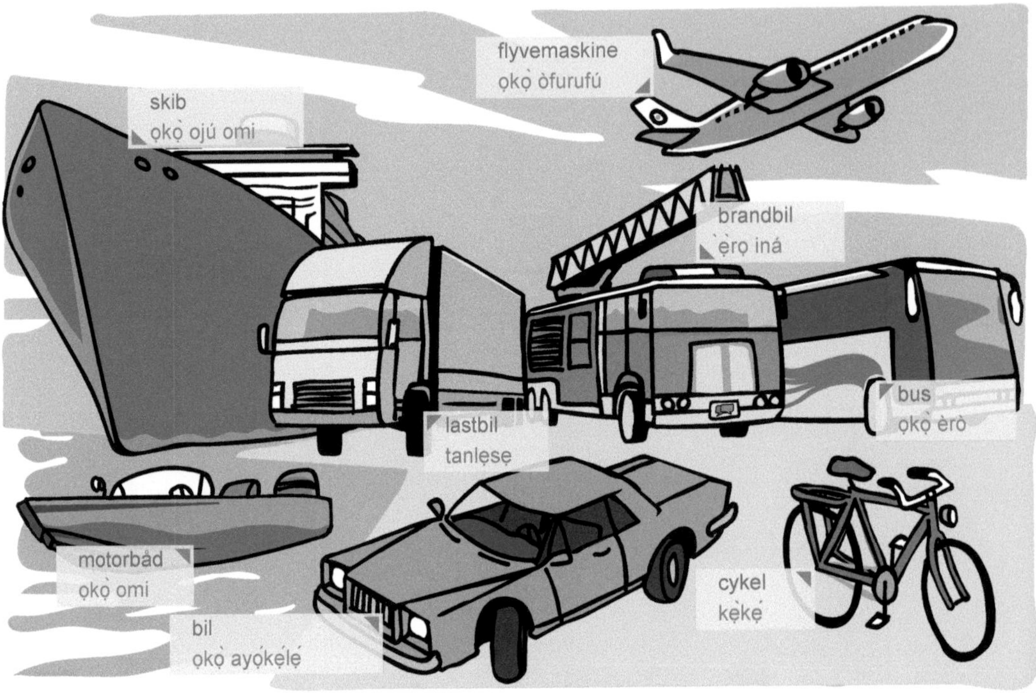
flyvemaskine
ọkọ̀ òfurufú
skib
ọkọ̀ ojú omi
brandbil
ẹ̀rọ iná
bus
ọkọ̀ èrò
lastbil
tanlẹsẹ
motorbåd
ọkọ̀ omi
cykel
kẹ̀kẹ́
bil
ọkọ̀ ayọ́kẹ́lẹ́

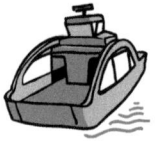

færge

ọpán

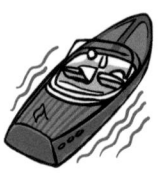

båd

ọpọ́n ojú omi

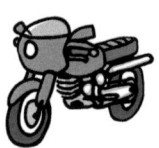

motorcykel

atapùpù

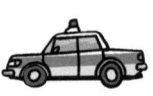

politibil

ọkọ̀ ọlọ́pàá

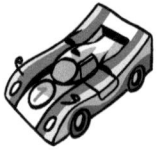

racerbil

ọkọ̀ ìsáré

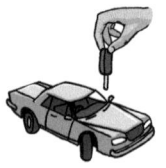

lejebil

ọkọ̀ yíyá

samkørsel

àpínlò ọkọ̀

kranbil

ìgbọ́kọ̀

skraldebil

ọkọ̀ dída ilẹ̀ nù

motor

manto

benzin

epo

tankstation

ilé epo

trafikskilt

àmì iwakọ̀

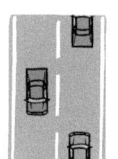

trafik

iwakọ̀

trafikprop

súnkẹrẹ

parkeringsplads

ibi ìgbọ́kọ̀sí

banegård

ibùdókọ̀ ojú irin

skinner

àwọn òpópó

tog

ọkọ̀ ojú irin

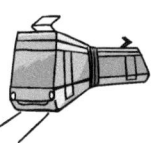

sporvogn

ọkọ̀ ori ilẹ̀

wagon

ẹrù

helikopter

ẹlikọputa

lufthavn

ibùdókọ̀ òfurufú

tårn

òpó

passager

èrò

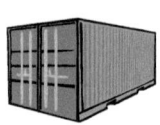

container

ibi ìpamọ́

karton

katun

kærre

apẹ̀rẹ̀

kurv

agbọ̀n

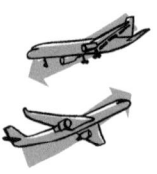

starte / lande

gbéra / balẹ̀

by
ìlú

landsby

abúlé

bymidte

àárín ìlú

hus

ilé

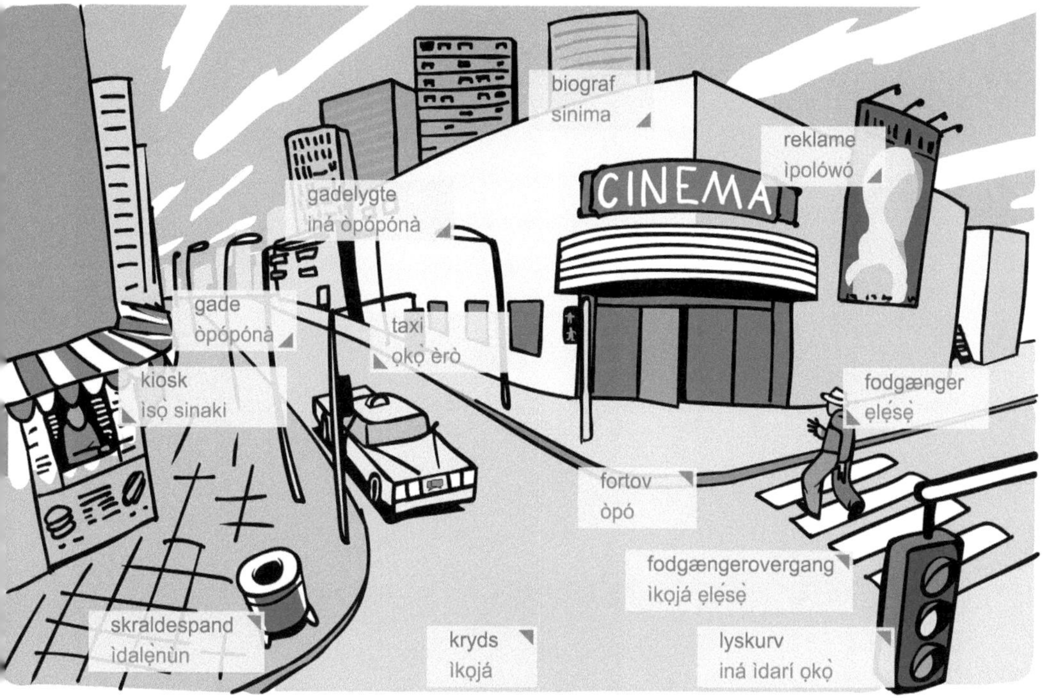

biograf
sinima

reklame
ìpolówó

gadelygte
iná òpópónà

gade
òpópónà

taxi
ọkọ̀ èrò

kiosk
ìsọ̀ sinaki

fodgænger
ẹlẹ́sẹ̀

fortov
òpó

fodgængerovergang
ìkọjá ẹlẹ́sẹ̀

skraldespand
ìdalẹ̀nùn

kryds
ìkọjá

lyskurv
iná ìdarí ọkọ̀

hytte

abà

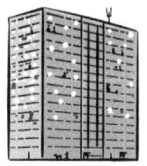

lejlighed

filati

banegård

ibùdókọ̀ ojú irin

rådhus

ojúde

museum

musiọmu

skole

ilé-ìwé

universitet

yunifasiti

bank

ilé ìfowópamọ́

sygehus

ilé ìwòsàn

hotel

ilé ìtura

apotek

olùta òògùn

kontor

ọfisi

boghandel

ìsọ̀ ìwé

butik

ìsọ̀

blomsterbutik

òdòdó

supermarked

ibi ìtajà

marked

ọjà

stormagasin

ibi ẹka iṣẹ́

fiskehandler

ibi ẹja

butikscenter

ibi ìrajà

havn

bèbè omi

park

ibi ìgbafẹ́

bænk

àga

bro

afárá

trappe

àgàsọ̀

undergrundsbane

abẹ́ ilẹ̀

tunnel

ihò ilẹ̀

busstoppested

ibùdókọ̀

barnevogn

ilé ọtí

restaurant

ilé oúnjẹ

postkasse

àpótí ifiwéránṣẹ́

vejskilt

àmì òpópónà

parkometer

mita ìgbọ́kọ̀sí

zoo

ibi ẹranko

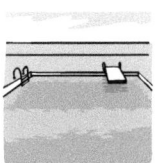

badeanstalt

ibi ìwẹ̀

moske

mọ́sálásí

bondegård

oko

miljøforurening

ìdọ̀tí

kirkegård

ibi ìsinkú

kirke

ilé ìjọsìn

legeplads

ibi ìṣeré

tempel

tẹmpili

landskab

ẹlẹ́bùú

blad
ewé

vejviser
ajúwe

vej
ọ̀nà

eng
ilẹ̀ koríko

sten
òkúta

træ
igi

vandrer
olùrìn

flod
odò

græs
kóriko

blomst
òdòdó

dal
kòtò

bjerg
òkè

sø
adágún omi

skov
aginjù

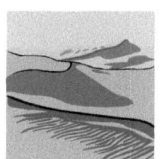

ørken
aṣálẹ̀

vulkan
ilẹ̀ ríru

slot
ibùgbé

regnbue
òṣùmàrè

svamp
esun

palme
òpẹ

moskito
ẹ̀fọn

flue
eṣinṣin

myre
kòkòrò

bi
oyin

edderkop
alantakun

bille

làbọnlàbọn

frø

ọpọlọ

egern

ọkẹrẹ́ ńlá

pindsvin

sẹsẹ́

hare

ọkẹrẹ́

ugle

òwìwí

fugl

ẹyẹ

svane

pẹ́pẹ́yẹ ńlá

vildsvin

ẹlẹ́dẹ̀ igbó

hjort

àgbọ̀nrín

elg

àgbọ̀nrín ńlá

dæmning

adágún

vindmølle

ọ̀pá afẹ́fẹ́

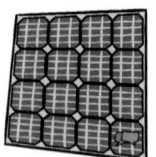

solcellemodul

panẹ̀ẹ̀lì òrùn

klima

ojú-ọjọ́

tjener
agbóunjẹ

spisekort
àkọsílẹ́ oúnjẹ

stol
àga

suppe
ọbẹ

pizza
pisa

bestik
ọ̀bẹ

borddug
aṣọ tábìlì

forret

ìpanu

hovedret

oúnjẹ gangan

dessert

ìpanu lẹ́yin oúnjẹ

drikkevarer

ohun mímu

mad

oúnjẹ

flaske

ìgò

fastfood

oúnję kíá

streetfood

oúnję òpópónà

tekande

abọ́ tii

sukkerdåse

abọ́ ṣúgà

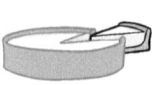

portion

ìpín

espressomaskine

`ẹ̀rọ ẹsipirẹso

barnestol

àga gíga

faktura

ináwó oṣoṣù

tablet

tire

kniv

ọ̀bẹ

gaffel

fọ́ọ̀kì

ske

ṣíbí

teske

ṣíbí tii

serviet

pépà ìnuwọ́

glas

gilasi

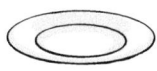

tallerken

abọ

dyb tallerken

abọ ọbẹ̀

underkop

pẹlẹbẹ

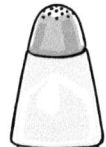

sovs

ọbẹ̀

saltbøsse

kòkò iyọ̀

peberkværn

ìlọta

eddike

fẹniga

olie

òróró

krydderier

èròjà

ketchup

kẹsọpu

sennep

mọsitadi

mayonnaise

mayonesi

supermarked

ibi ìtajà

tilbud
ẹ̀dínwó
FOR
kunde
oníbàárà
mælkeprodukter
wàrà
frugt
èso
indkøbsvogn
ọmọlanke

BUTCHERS

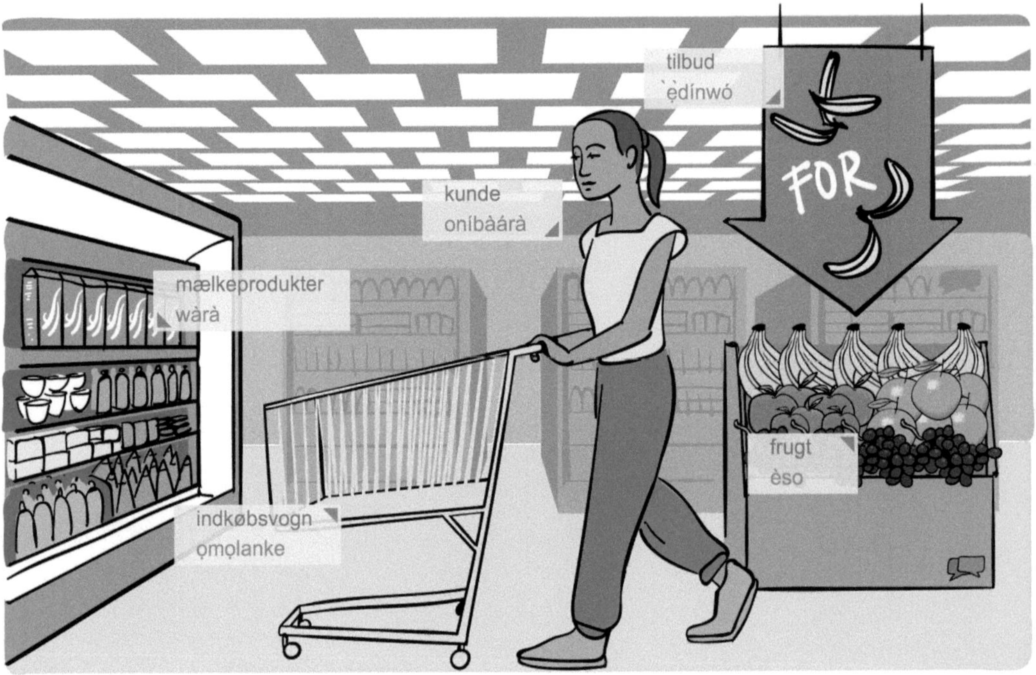

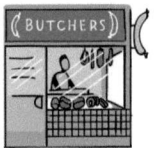

slagter

alápatà

BAKERY

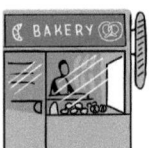

bageri

beka

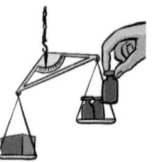

veje

wọ̀n

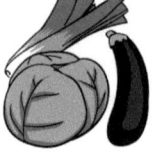

grøntsager

ewébẹ̀

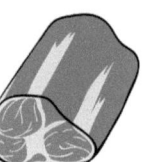

kød

ẹran

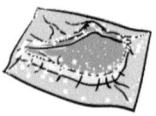

frostvarer

oúnjẹ dídì

pålæg

ẹran tútù

konserves

oúnjẹ agolo

vaskemiddel

ọsẹ ìfọsọ

slik

àdíndùn

husholdningsvarer

àgbéjáde ẹbí

rengøringsmidler

ohun ìtọjú

ekspedient

olùtajà

kasse

tili

kasserer

akawó

indkøbsliste

àkójọ ìrajà

åbningstider

wákàtí ìbẹ̀rẹ̀

tegnebog

ìpamọ́

kreditkort

káàdì arọ́pò owó

taske

báàgì

plasticpose

báàgì ọ̀rá

vand

omi

saft

omi èso

mælk

wàrá

cola

koki

vin

waini

øl

bia

alkohol

ọtí líle

kakao

kòkó

te

tii

kaffe

kọfí

espresso

ẹsipirẹso

cappuccino

kapusino

banan

ọgẹdẹ

æble

apu

appelsin

ọsàn

melon

`ẹ̀gúsí

citron

òronbò

gulerod

karọti

hvidløg

galiki

bambus

ọparun

løg

àlùbọsà

svamp

esun

nødder

`ẹpà

nudler

nodu

spaghetti

sipajẹti

ris

irẹsi

salat

saladi

pomfritter

ìpanu

stegte kartofler

ànàmọ́ dindin

pizza

pisa

hamburger

bógà

sandwich

sanwiṣi

schnitzel

ẹran sísun

skinke

ẹsẹ̀ ẹlẹ́dẹ̀

salami

salami

pølse

sọseji

kylling

ẹran ẹdịyẹ

steg

sun

fisk

ẹja

havregryn

oti pǫreji

mysli

musẹli

cornflakes

confulakisi

mel

ìyẹ̀fun

croissant

kirosanti

rundstykke

rolu búrẹ̀dì

brød

burẹdi

toast

dín

kiks

bisikiti

smør

bọ̀tà

kvark

kọdu

kage

keki

æg

ẹyin

spejlæg

ẹyin díndín

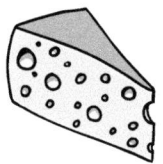

ost

ṣiṣi

is
....
aisi kirimu

sukker
....
şúgà

honning
....
oyin

marmelade
....
jamu

nougat-creme
....
àfira şokoleti

karry
....
kọri

mad - oúnjẹ

bondegård

oko

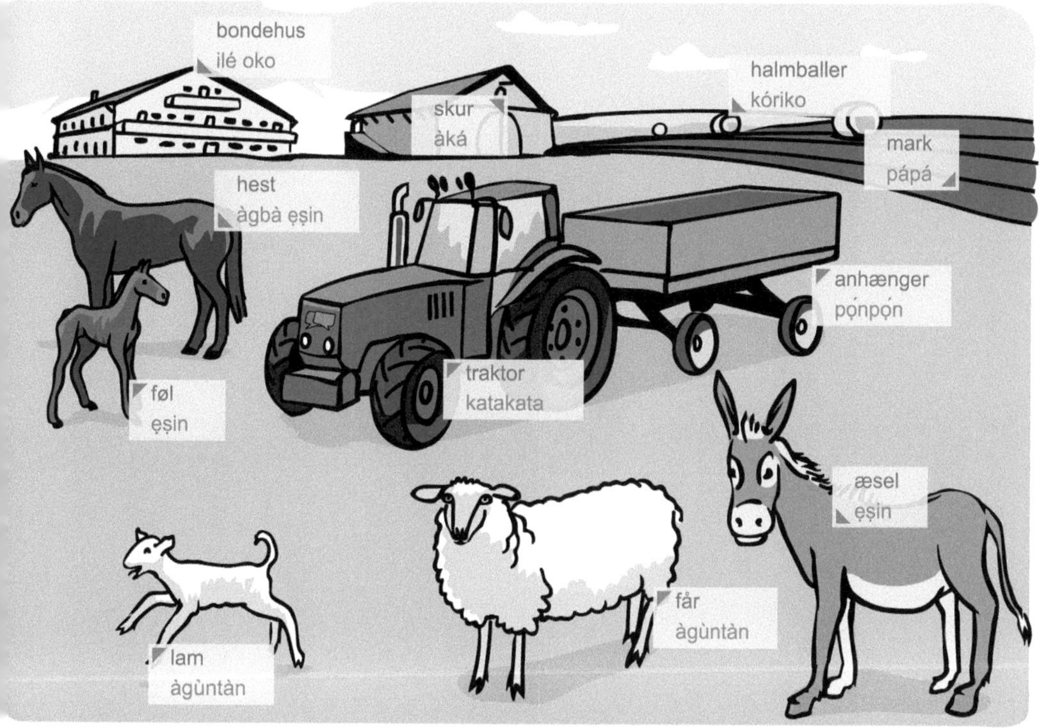
bondehus
ilé oko
skur
àká
halmballer
kóriko
mark
pápá
hest
àgbà ẹṣin
anhænger
pọ́npọ́n
traktor
katakata
føl
ẹṣin
æsel
ẹṣin
får
àgùntàn
lam
àgùntàn

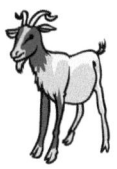

ged

ewúrẹ́

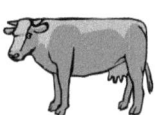

ko

máàlù

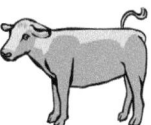

kalv

ọ̀dọ́ àgùntàn

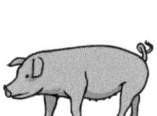

svin

ẹlẹ́dẹ̀

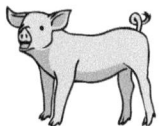

gris

ọmọ ẹlẹ́dẹ̀

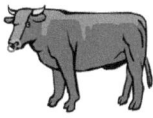

tyr

àgbò

gås

ọmọ pẹpẹyẹ

and

pẹpẹyẹ

kylling

ọmọ adiyẹ

høne

adìyẹ

hane

àkùkọ

rotte

ẹkúté

kat

olóngbò

mus

eku

okse

kẹtẹkẹtẹ

hund

ajá

hundehus

ilé ajá

haveslange

ọ̀pá ọgbà

vandkande

abọ omi

le

scythe

plov

ọkọ̀ irúgbìn

segl

abẹ oko

hakkejern

ọkọ

møggreb

irinṣẹ́ kóriko

økse

àáké

trillebør

wilibaro

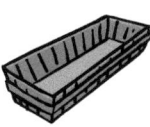

trug

àgbá

mælkekande

abọ́ wàrà

sæk

àpò

hæk

ògiri

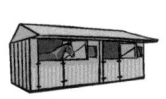

stald

pẹpẹ oko

drivhus

ibi ìdáko

jord

ilẹ̀

frø

irúgbìn

gødning

ajílẹ̀

mejetærsker

àkópọ̀ olùkórè

høste

ìkórè

høst

ìkórè

yams

iṣu

hvede

bàbà

soja

soya

kartoffel

ànàmọ́

majs

àgbàdo

raps

irúgbìn rapu

frugttræ

igi èso

maniok

ẹ̀gẹ́

korn

jéró

skorsten
ihò èfin

tag
àjà òkè

tagrende
òpá asé

skorsten
ihò èfin

vindue
fèrèsé

garage
ibi ìgbòkòsí

dørklokke
aago ẹnu ọ̀nà

dør
ìlẹ̀kùn

skraldespand
ìdàlẹ̀nùn

postkasse
àpótí léta

have
ọgbà

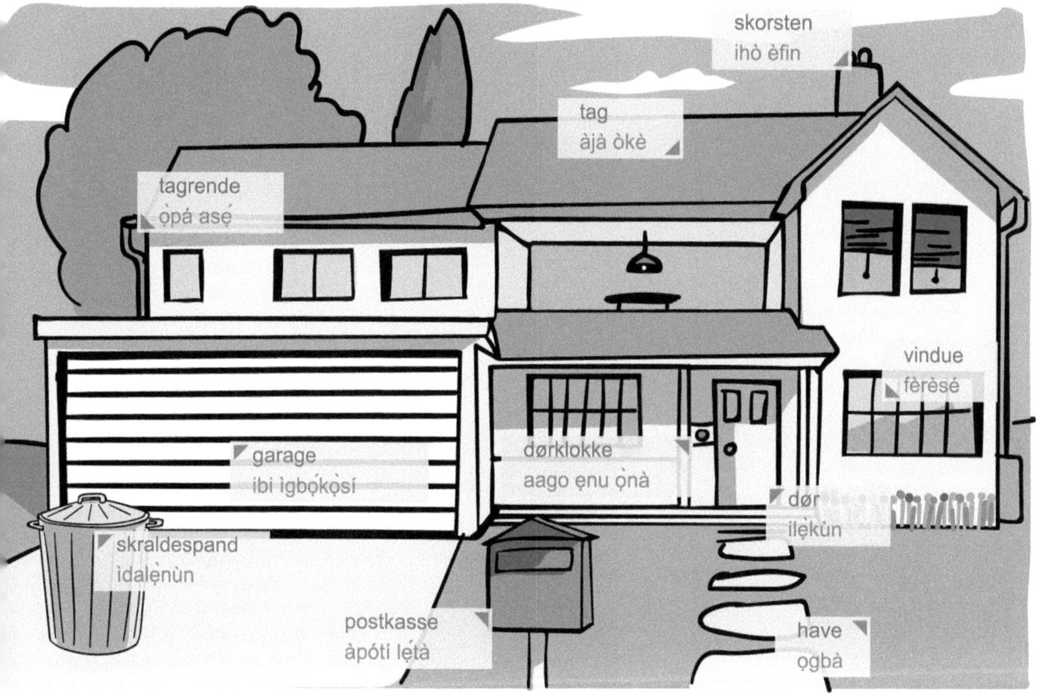

stue

yàrá ìgbé

badeværelse

ilé ìwẹ̀

køkken

ilé ìdáná

soveværelse

yàrá ìbùsùn

børneværelse

yàrá ọmọdé

spisestue

yàrá ìjẹun

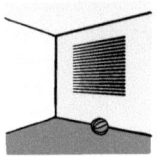

gulv
ilẹ̀

væg
ògiri ilé

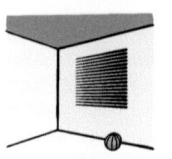

loft
àjà

kælder
sẹla

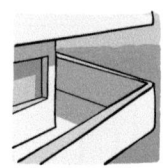

sauna
sauna

altan
ọdẹ̀dẹ̀

terrasse
ọ̀nà

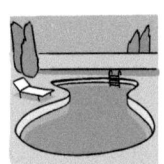

svømmehal
ibi ìwẹ̀

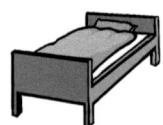

plæneklipper
ẹ̀rọ ìgékò

dynebetræk
ojú-ewé

dyne
aṣọ orí ibùsùn

seng
ibùsùn

kost
ọwọ̀

spand
garawa

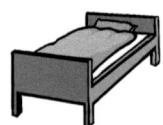

kontakt
yípo

stue
yàrá ìgbé

tapet
pépà ògiri
billede
àwòrán
lampe
iná
reol
ṣẹ́fu
skab
kọbọdu
fjernsyn
àmóhùnmáwòrán
pejs
ibi ìdáná
blomst
òdòdó
pude
tìmùtìmù
sofa
sọfa
vase
fasi
fjernbetjening
ìdarí takété

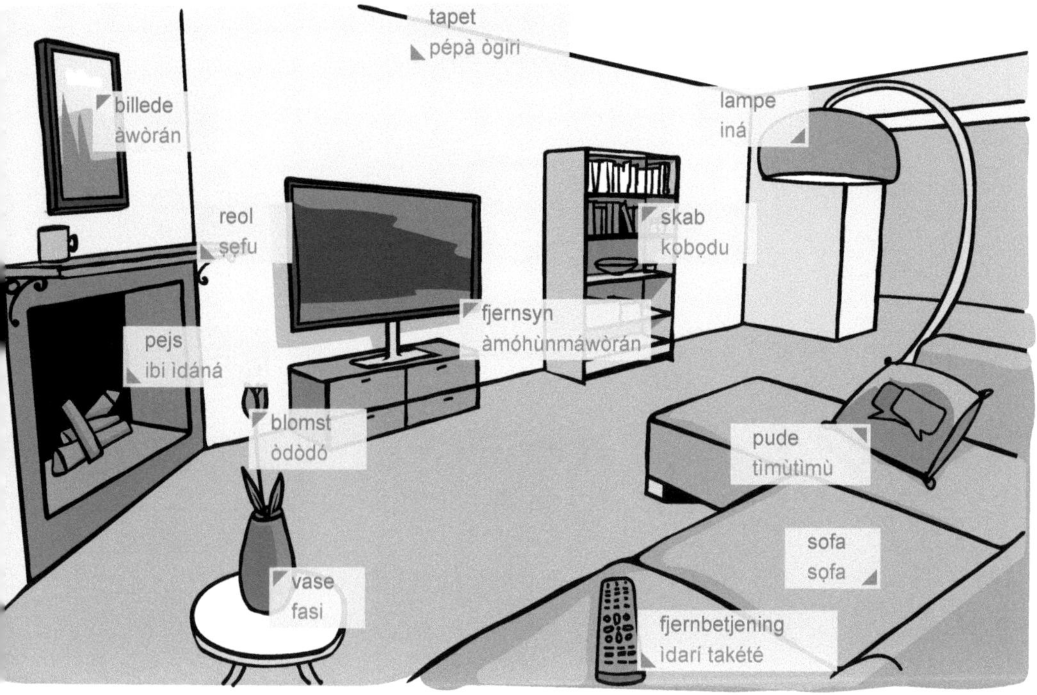

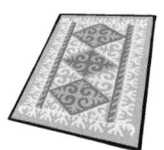

gulvtæppe

kapẹti

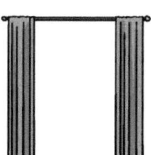

gardin

kọtini

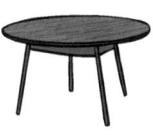

bord

tábìlì

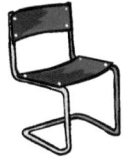

stol

àga

gyngestol

àga amìtìtì

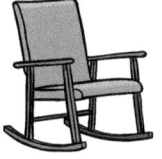

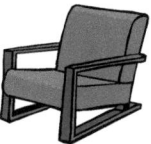

lænestol

àga ọlọ́wọ́

bog

ìwé

tæppe

aṣọ ìbora

dekoration

ọ̀ṣọ́

brænde

igi ìdáná

film

fíìmù

stereoanlæg

irinṣẹ́ hi-fi

nøgle

kọ́kọ́rọ́

avis

ìwé ìròyìn

maleri

kíkunlé

plakat

àlẹ̀mọ́

radio

redio

notesblok

ìkọ̀wé

støvsuger

ufa

kaktus

kakitọsi

lys

àbẹ́là

køkken
ilé ìdáná

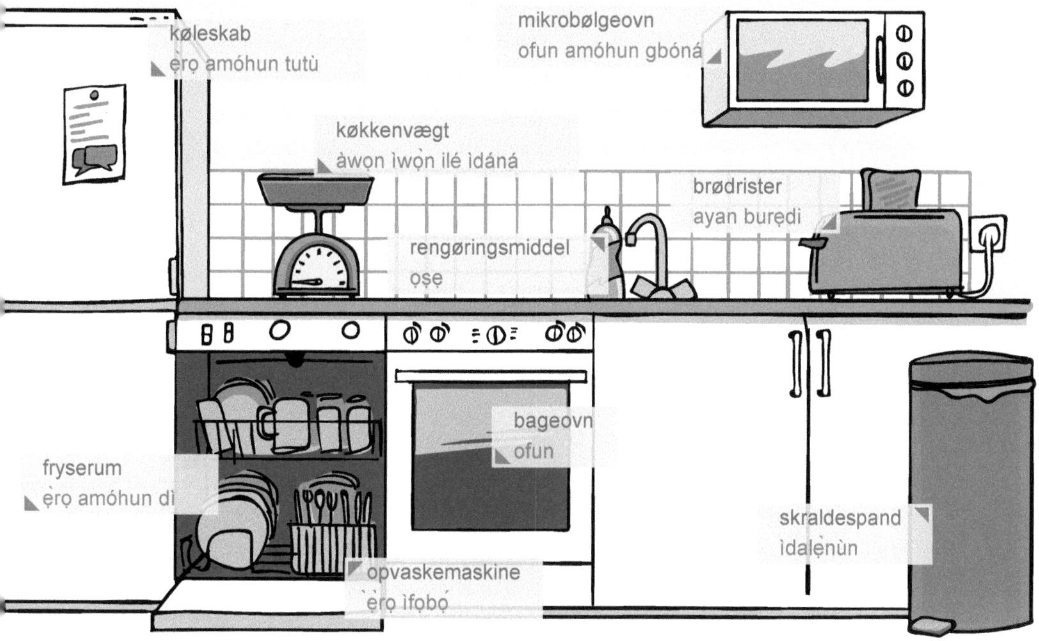

køleskab
ẹ̀rọ amóhun tutù
mikrobølgeovn
ofun amóhun gbóná
køkkenvægt
àwọn ìwọ̀n ilé ìdáná
brødrister
ayan burẹdi
rengøringsmiddel
ọṣẹ
bageovn
ofun
fryserum
ẹ̀rọ amóhun dì
skraldespand
ìdalẹ̀nùn
opvaskemaskine
ẹ̀rọ ìfọbọ́

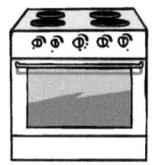

komfur

ìdáná

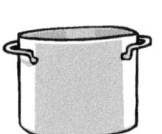

gryde

ìṣasun

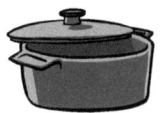

jerngryde

ìṣasun irin

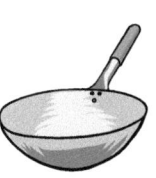

wok / kadai

wok / kadai

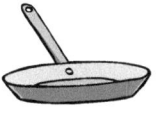

pande

panu

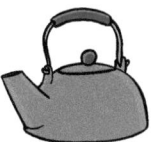

elkedel

kẹturu

dampkoger

amoru

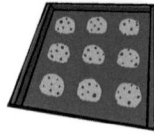

bageplade

pẹpẹ ìdáná

service

dídáná

bæger

ife gilasi

skål

àdému

spisepinde

igi ìjẹun

øseske

ladu

paletkniv

ṣíbí kòtò

piskeris

wisiki

dørslag

sitirena

si

asẹ́

rive

gireta

morter

odó

grille

àsun

ildsted

ibi ìdáná

skærebræt

pẹpẹ gígé

kagerulle

igi ilọ̀

proptrækker

kọkisukuru

dåse

agolo

dåseåbner

olùṣí agolo

grydelap

àdìmú iṣasun

køkkenvask

kòtò

børste

burọṣi

svamp

kaninkanin

blender

ẹ̀rọ ilọta

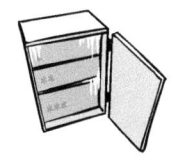

dybfryser

ẹ̀rọ amóhun dì oníkòtò

sutteflaske

ohun ìjẹun ọmọdé

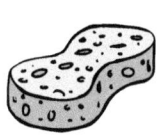

vandhane

ẹnu ẹ̀rọ omi

badeværelse

ilé ìwẹ̀

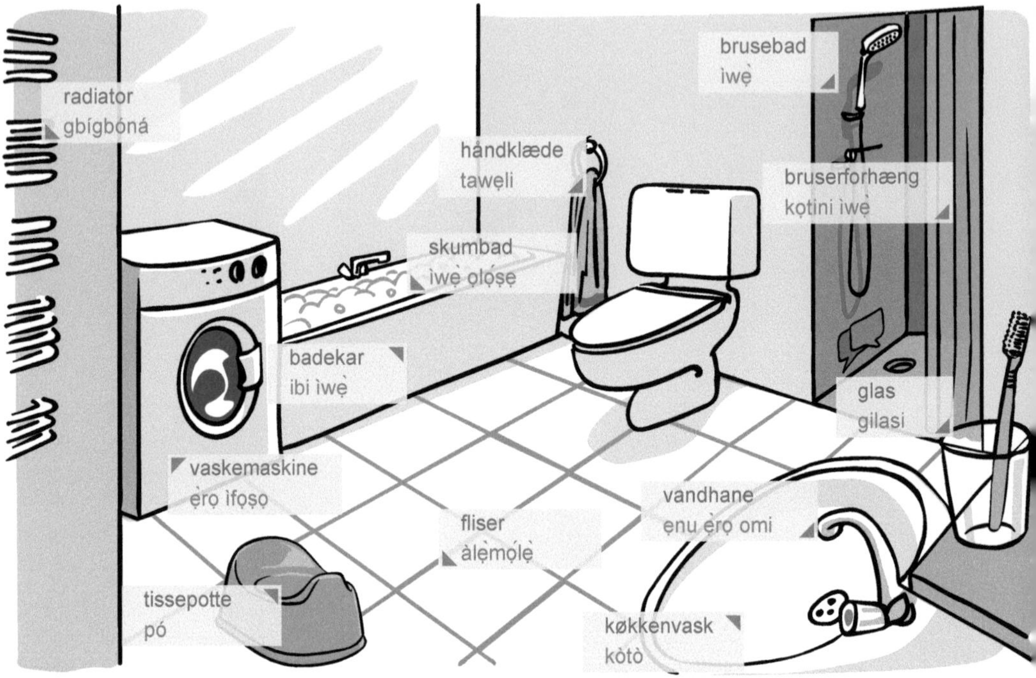
radiator
gbígbóná
brusebad
ìwẹ̀
håndklæde
tawẹ́li
bruserforhæng
kọ̀tíni ìwẹ̀
skumbad
ìwẹ̀ ọlọ́ṣẹ
badekar
ibi ìwẹ̀
glas
gilasi
vaskemaskine
ẹ̀rọ ìfọṣọ
vandhane
ẹnu ẹ̀rọ omi
fliser
àlẹ̀mọ́lẹ̀
tissepotte
pó
køkkenvask
kòtò

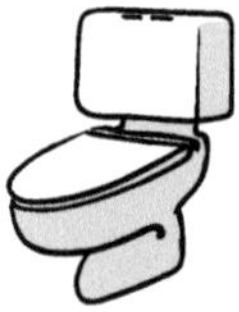

toilet

ibi ìyàgbẹ́

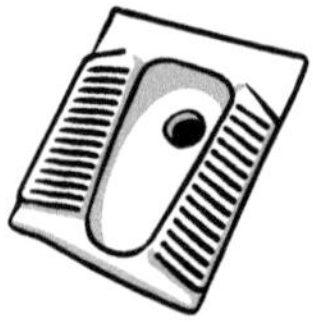

hugsiddende toilet

ibi ṣálángá

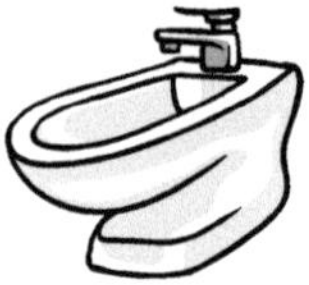

bidet

bidẹti

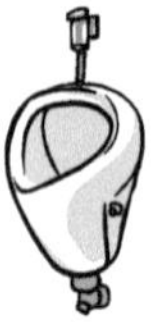

pissoir

títọ̀

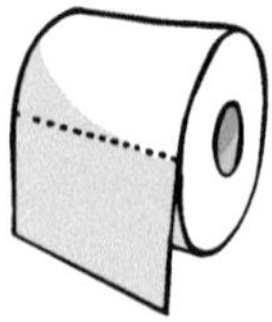

toiletpapir

pépa ibi ìyàgbẹ́

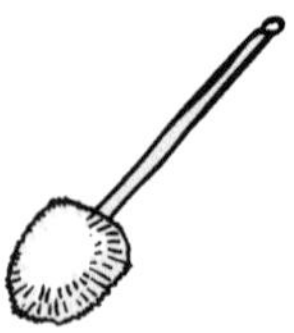

toiletbørste

burọṣi ìbi ìyàgbẹ́

tandbørste

igi ifọnu

tandpasta

ọṣẹ ifọnu

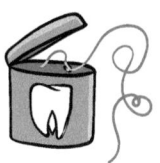

tandtråd

filọsi eyin

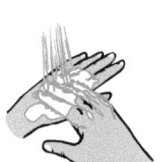

vaske

fọṣọ

håndbruser

ìwẹ ọlọwọ́

intimbruser

dọṣi

vaskefad

basin

badebørste

burọṣi ẹyìn

sæbe

ọṣẹ

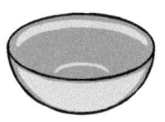

brusegele

gẹli iwẹ̀

shampoo

ọ̀ṣẹ irun

vaskeklud

filanẹni

afløb

sẹ́

creme

ìpara

deodorant

olóòrùn dídún

spejl

dingi

kosmetikspejl

díngi ọwọ́

barberhøvl

abẹ

barberskum

fomu ifárungbọn

barbervand

lẹ́yìn ìfarungbọn

kam

ìyarun

børste

burọṣì

hårtørrer

agbẹrun

hårspray

ìparun

makeup

ìmúra

læbestift

ìtọ́tè

neglelak

faniṣi èkaná

vat

òwú

neglesaks

sisọsi èkaná

parfume

pafumu

toilettaske

báàgì ìwẹ̀

skammel

àga

vægt

ìwọ̀n

badekåbe

okùn ìwẹ̀

gummihandsker

ìbọ̀wọ́ rọ̀bà

tampon

tampun

damebind

ìnuwọ́

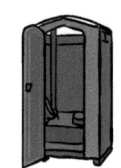

kemisk toilet

ṣálángá kẹmika

børneværelse

yàrá ọmọdé

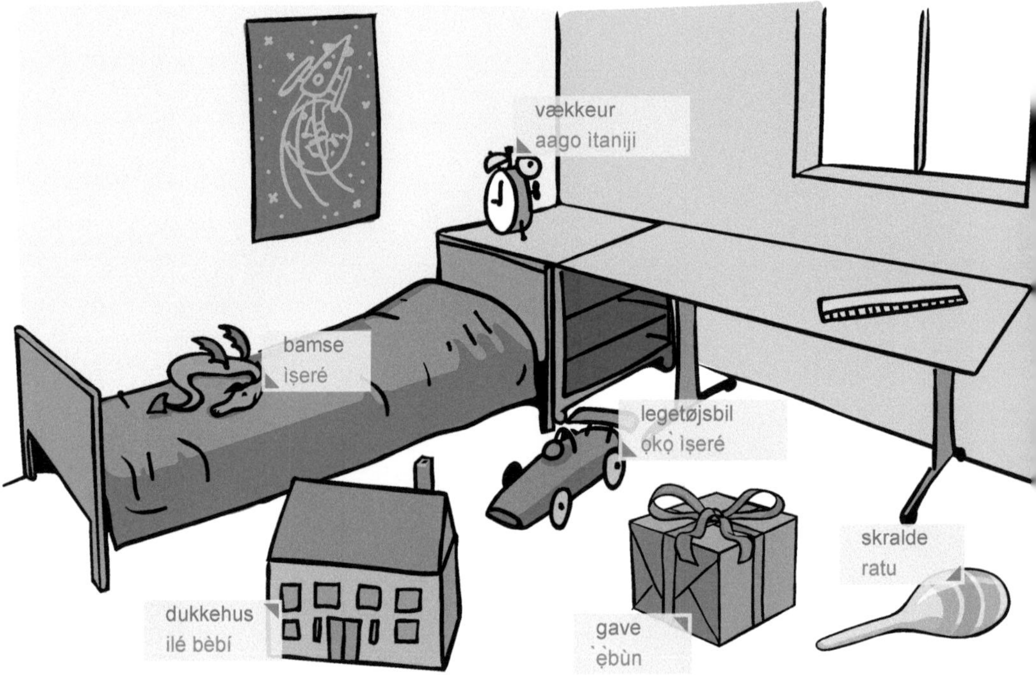
vækkeur
aago itaniji
bamse
ìṣeré
legetøjsbil
ọkọ̀ ìṣeré
skralde
ratu
dukkehus
ilé bèbí
gave
ẹ̀bùn

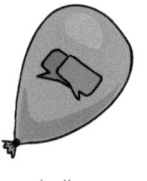

ballon

fèrè

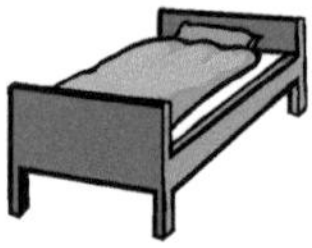

seng

ibùsùn

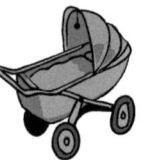

barnevogn

ìgbọ́mọ

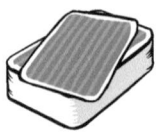

kortspil

àpapọ̀ káàdì

puslespil

ayùn

SUPER
MEGA

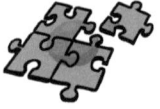

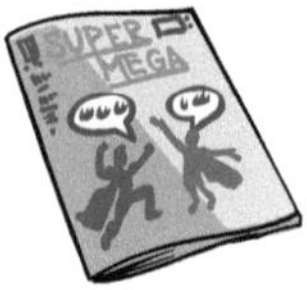

tegneserie

àwàdà

legoklodser

àwọn biriki

byggeklodser

ohun iṣeré

action figur

figọ iṣe

sparkedragt

idàgbàsókè

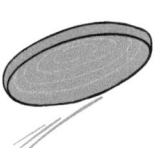

frisbee

firisibi

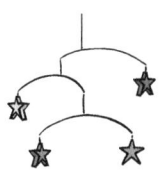

uro

alágbèéká

brætspil

eré pẹpẹ

terning

daisi

modeljernbane

àkópọ̀ ikọ́ni àwòṣe

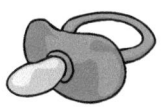

sut

dọmi

fest

ayẹyẹ

billedbog

ìwé àwòrán

bold

bọ́ọ̀lù

dukke

bèbí

lege

ṣeré

sandkasse

kòtò yẹ̀pẹ̀

gynge

jangilofa

legetøj

àwọn ìṣeré

spillekonsol

kọ́nsolu ìṣeré fídíò

trehjulet cykel

ẹlẹ́ṣẹ̀ mẹta

bamse

bèbí ọmọdé

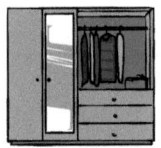

klædeskab

ibi ìkàṣọsi

sokker

sọkisi

strømper

sitọkin

strømpebukser

ṣòkòtò

sjal
sikafu

bælte
ìgbànú

paraply
agbòjò

T-shirt
t-ṣẹti

sneakers
àwọn olùkọni

støvler
bàtà

hjemmesko
salubata

sandaler	sko	gummistøvler
salubata	bàtà	bàtà òjò

underbukser	BH	undertrøje
pátá	kọmú	fẹsiti

tøj - aṣọ

45

body
ara

bukser
ṣòkòtò

jeans
kakí

nederdel
sikẹti

bluse
bulausi

skjorte
ṣẹti

pullover
dúró

sweatshirt
ìbòrí

blazer
aṣọ òkè

jakke
aṣọ otútù

frakke
kotu

regnfrakke
aṣọ òjò

kostume
ìmúra

kjole
wọṣọ

brudekjole
aṣọ ìgbéyàwó

jakkesæt

sutu

nattrøje

aṣọ àwọ̀sùn

pyjamas

pijama

sari

sari

hovedtørklæde

gèlè

turban

tọbanu

burka

bọka

kaftan

kafitani

abaya

abaya

badedragt

aṣọ ìwẹdò

badebukser

aṣọ àwọsókè

korte bukser

penpe

træningsdragt

kotu

forklæde

aṣọ ìdáná

handsker

ìbọwọ́

knap

bọ̀tìnnì

briller

awò

armbånd

ẹ̀gbà ọwọ́

kæde

ẹgbà ọrùn

ring

òrùka

ørering

gbígbọ́

hue

fìlà

bøjle

ìkọ́ kotu

hat

àkẹtẹ̀

slips

tai

lynlås

sipu

hjelm

koto

seler

biresi

skoleuniform

aṣọ ilé-ìwé

uniform

yunifọmu

hagesmæk
bibu

sut
domi

ble
ilédìí

kontor
ofisi

server
olùpín

arkivskab
ibi àkópamọ́ faili

printer
ẹrọ ìtẹwé

papir
pépà

skærm
aṣàfihàn

skrivebord
dẹsiki

mus
atọ́ka

mappe
fódà

tastatur
àtẹ bọ́tìnnì

papirkurv
agbọn idalẹnù

computer
kọmpútà

stol
àga

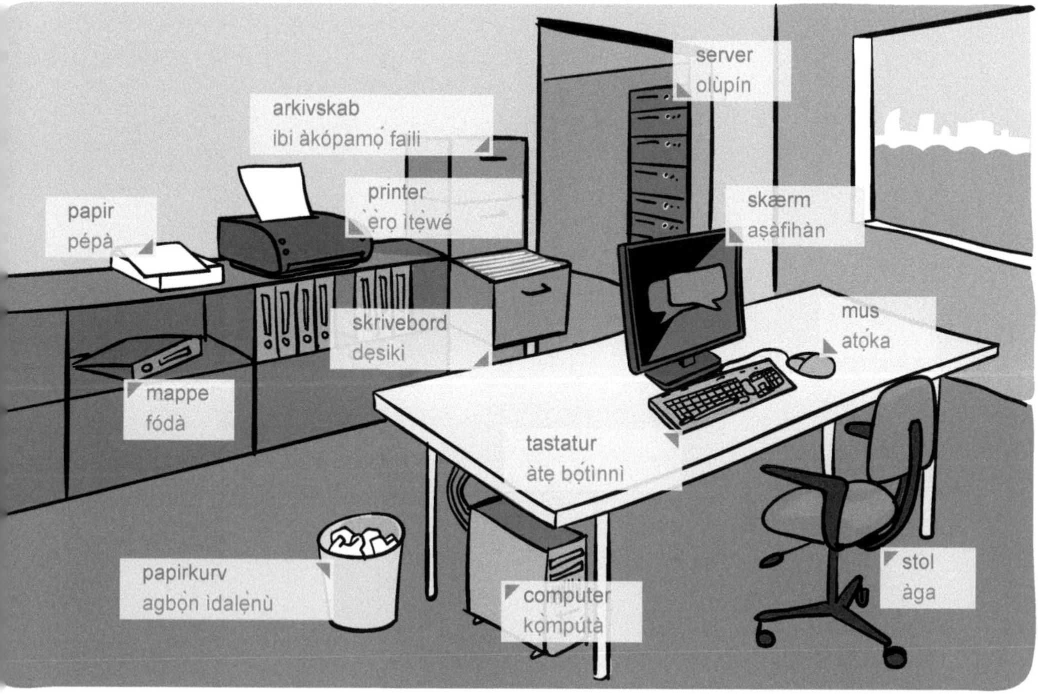

kaffekrus
ife kọfí

lommeregner
ẹrọ ìṣirò

internet
ayélujára

bærbar

kòmpútà àgbélétan

brev

lẹ́tà

besked

ìfiránṣẹ́

mobil

alágbèéká

netværk

nẹ́tíwọkì

kopimaskine

`ẹrọ ẹdà

software

sọftwia

telefon

`ẹrọ ìbánisọ̀rọ̀

stikdåse

ihò iná

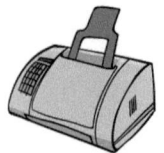

fax

ẹ̀rọ fakisi

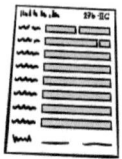

formular

fọ́ọ̀mù

dokument

ìwé àkọsílẹ̀

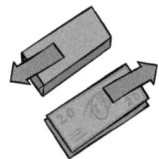

købe
rà

betale
sanwó

handle
ṣòwò

penge
owó

USD

dollar
dọla

EUR

euro
yuro

JPY

yen
yẹni

RUB

rubel
rọbu

CHF

schweizerfranc
Siwisi frans

CNY

renminbi yuan
renminbi yuan

INR

rupee
rupi

hæveautomat
ibi owó

vekselkontor

ibi ìpàrọ̀ owó

guld

wúrà

sølv

fàdákà

olie

epo

energi

agbára

pris

iye

kontrakt

àdéhùn

skat

owó orí

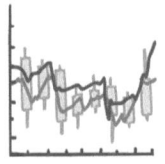

aktie

ìpín ọjà

arbejde

ṣiṣẹ́

ansat

òṣìṣẹ́

arbejdsgiver

agbani síṣẹ́

fabrik

ilé iṣẹ́

butik

ìsọ̀

erhverv
àwọn iṣẹ́ ààyò

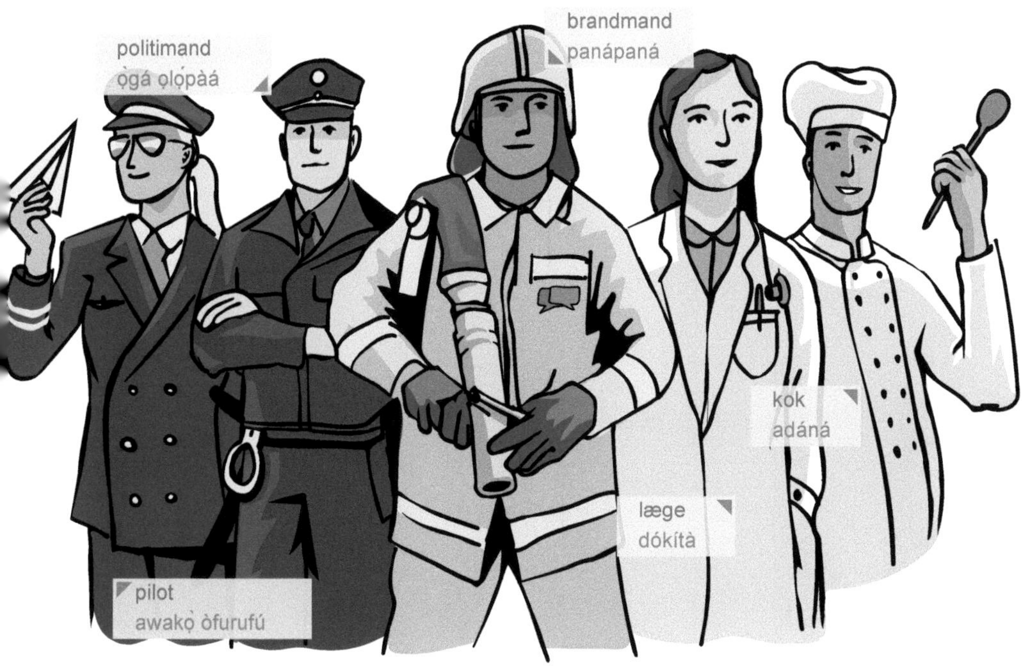
politimand
ọ̀gá ọlọ́pàá
brandmand
panápaná
kok
adáná
læge
dókítà
pilot
awakọ̀ òfurufú

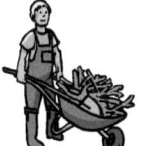

gartner

olọ́gbà

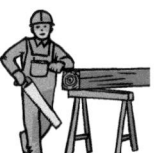

tømrer

gbẹ́nàgbẹ́nà

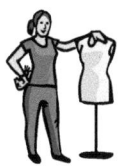

syerske

aránṣọ

dommer

adájọ́

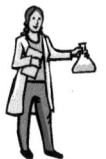

kemiker

olóògùn

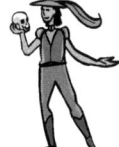

skuespiller

òṣèré

buschauffør

awakọ̀ èrò

taxachauffør

awakọ̀ èrò

fisker

apẹja

rengøringskone

omidan agbálẹ̀

tagdækker

kanlékanlé

tjener

agbóunjẹ

jæger

ọdẹ

maler

akunlé

bager

olùṣe iyẹ́fun

elektriker

aṣàtúnṣe iná

bygningsarbejder

akọ́lé

ingeniør

amojú ẹ̀rọ

slagter

alápatà

vvs-mand

pulọmba

postbud

afiwé ránṣẹ́

soldat

jagunjagun

arkitekt

ayàwòrán ilé

kasserer

akawó

blomsterhandler

olódòdó

frisør

aṣerun lóge

togfører

adarí èrò

mekaniker

aṣàtúnṣe ọkọ̀

kaptajn

adarí

tandlæge

olùtọ́jú eyin

videnskabsmand

onímọ̀ ìjìnlẹ̀

rabbiner

olùkọ́ni

imam

imamu

munk

mọnki

præst

òjíṣẹ́ Ọlọ́run

erhverv - àwọn iṣẹ́ ààyò   55

værktøj
àwọn irinṣẹ́

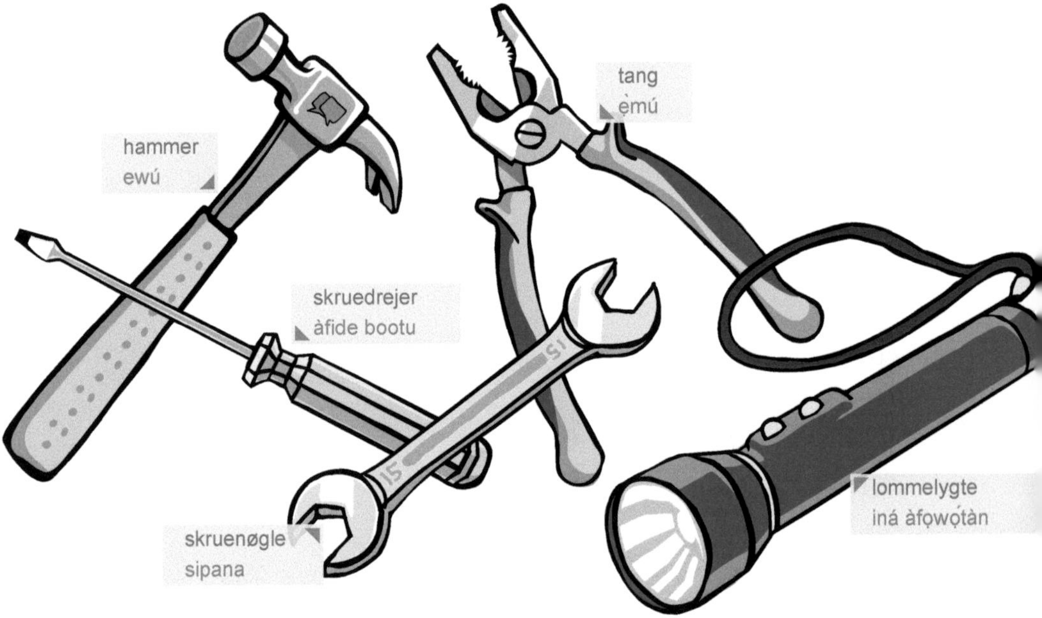

tang
ẹ̀mú
hammer
ewú
skruedrejer
àfide bootu
lommelygte
iná àfọwọ́tàn
skruenøgle
sipana

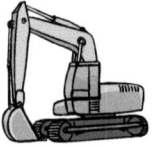

gravemaskine

jiga

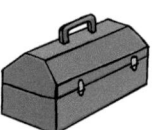

værktøjskasse

àpótí irinṣẹ́

stige

àgàsọ̀

sav

ayùn

søm

èṣó

bor

ìlu

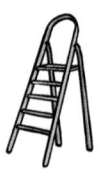

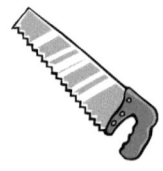

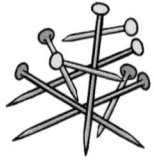

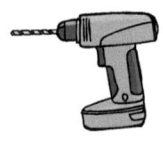

reparere

túnṣe

skovl

sọbìrì

Lort!

Adágún!

fejebakke

igbá ìdọtí

malerspand

kòkò ọdà

skruer

bootu

musikinstrumenter
àwọn irinṣẹ́ orin

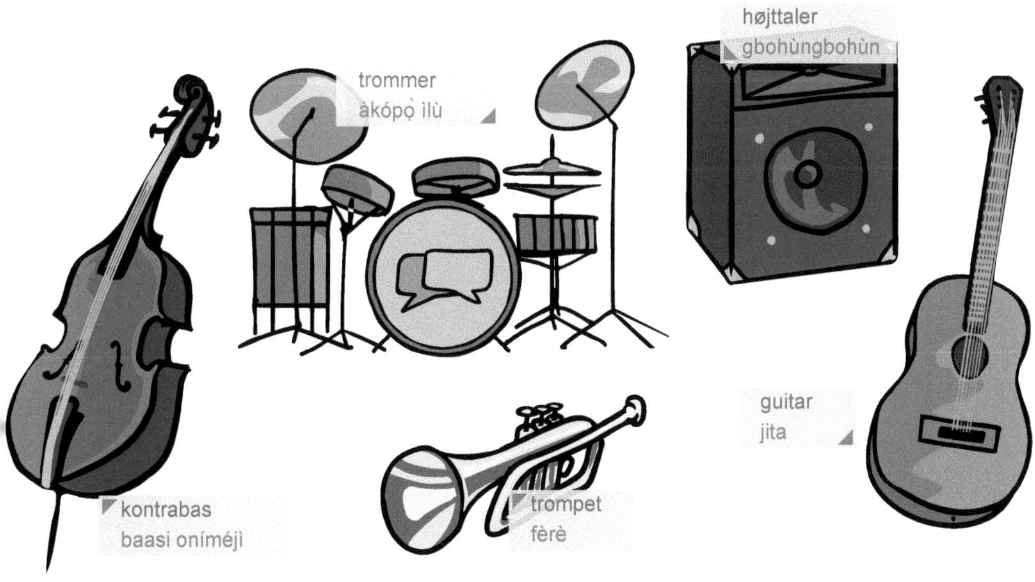

trommer
àkópọ̀ ìlù

højttaler
gbohùngbohùn

guitar
jita

kontrabas
baasi onímẹ́jì

trompet
fèrè

klaver

dùrù

violin

faolin

bas

baasi

pauke

timpani

tromme

àwọn ilù

keyboard

kiibọdu

saxofon

sasofonu

fløjte

fèrè ìpè

mikrofon

`ẹrọ gbohùngbohùn

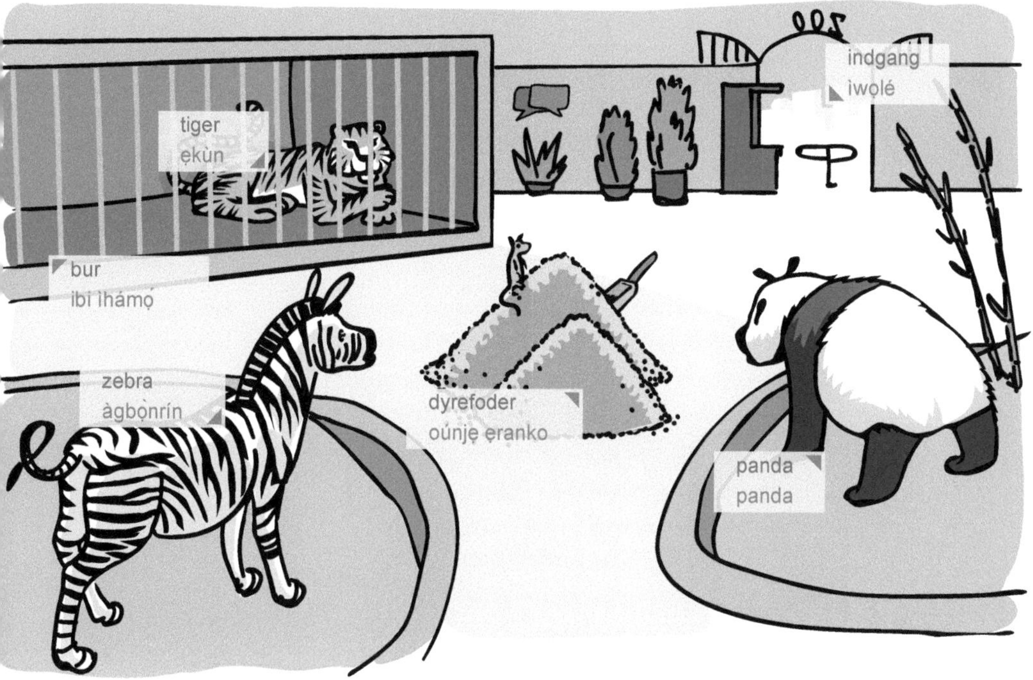

indgang
iwọlé

tiger
ẹkùn

bur
ibi ìhámọ

zebra
àgbọnrín

dyrefoder
oúnjẹ ẹranko

panda
panda

dyr

àwọn ẹranko

elefant

erin

kænguru

kangaruu

næsehorn

raino

gorilla

ọ̀bọ lagido

bjørn

biari

kamel

kẹtẹkẹtẹ

struds

ẹyẹ agùnlọrùn

løve

kìnìún

abe

ọbọ

flamingo

yọjayọja

papegøje

ayékòótọ

isbjørn

biari omi

pingvin

pinguin

haj

ṣaki

påfugl

ọkín

slange

ejò

krokodille

ọnì

dyrepasser

olùtọjú ibi ẹranko

sæl

sili

jaguar

jagua

pony
poni

leopard
ẹkùn

flodhest
ẹran omi

giraf
jirafi

ørn
àṣá

vildsvin
ẹlẹdẹ́ igbó

fisk
ẹja

skildpadde
ìjàpá

hvalros
wọrọsi

ræv
kọ̀lọ̀kọ̀lọ̀

gazelle
gasẹli

amerikansk football
Bọọlù àfẹsẹgbá Amẹrika

cykling
kẹkẹ́

tennis
tẹnisi

basketball
bọọlù agbọn

svømning
ìwẹ̀ odò

boksning
ẹlẹsẹẹ́

ishockey
ọki yìnyín

fodbold

bọọlù àfẹsẹ̀gbá

badminton

badmintin

atletik

àwọn tí ń sáré

håndbold

bọọlù ọlọwọ́

skiløb

eré orí yìnyín

polo

polo

springe
fò

grine
rẹ́rìín

give et knus
dìmọ́

gå
rìn

synge
kọrin

drømme
àlá

bede
gbàdúrà

kysse
fẹnukò

skrive
kọ̀wé

tegne
yàwòrán

vise
fihàn

skubbe
tì

give
funni

tage
mú

have

ní

gøre

șe

være

jẹ́

stå

dúró

løbe

sáré

trække

fà

kaste

jù

falde

șubú

ligge

parọ́

vente

dúró

bære

gbé

sidde

jókòó

tage på

múra

sove

sùn

vågne

jí

aktiviteter - àwọn iṣẹ́

se på

wo

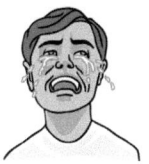

græde

kígbe

ae

òpá

kæmme

ìlarun

tale

sòrò

forstå

lóye

spørge

bèrè

høre

tẹ́tí

drikke

omi

spise

jẹun

rydde op

palẹ̀mọ́

elske

ìfẹ́

koge

dáná

køre

wakọ̀

flyve

fò

sejle

ìgbín

regne

ṣírò

læse

kàwé

lære

kọ́

arbejde

ṣiṣẹ́

gifte sig med

gbéyàwó

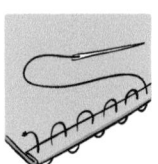

sy

ránṣọ

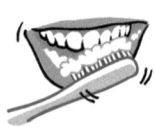

børste tænder

fọ eyín

dræbe

pa

ryge

mu sìgá

sende

firánṣẹ́

bedstemor
ìyá ńlá

bedstefar
bàbá ńlá

far
bàbá

mor
ìyá

baby
ọmọdé

datter
ọmọbìnrin

søn
ọmọkùnrin

gæst

àlejò

tante

àbúrò ìyá

onkel

àbúrò bàbá

bror

arákùnrin

søster

arábìnrin

krop
ara

pande
iwájú orí
øje
ẹyinjú
skulder
èjìká
finger
ìka
ansigt
ojú
hage
àgbọ̀n
hånd
ọwọ́
ben
ẹsẹ̀
bryst
ọyàn
arm
apá

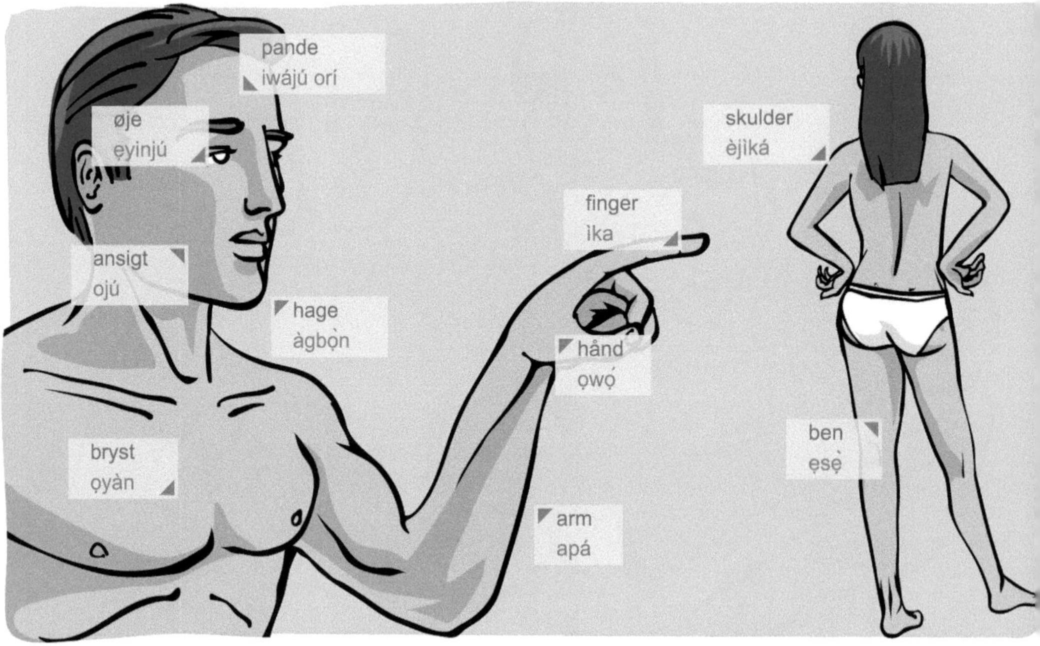

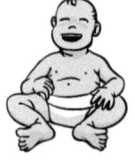

baby
ọmọdé

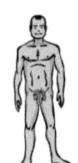

mand
ọkùnrin àgbà

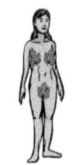

kvinde
obìnrin àgbà

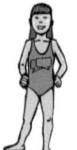

pige
obìnrin

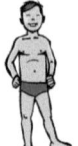

dreng
ọkùnrin

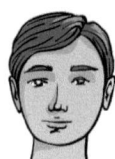

hoved
orí

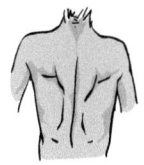	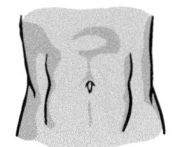	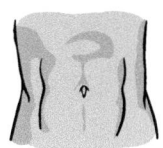
ryg	mave	navle
ẹ̀yìn	inú	ìdodo
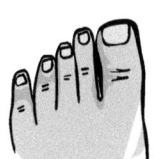	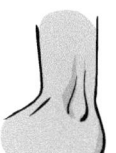	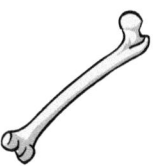
tå	hæl	knogle
ika ẹsẹ̀	ẹ̀yìn ẹsẹ̀	egungun
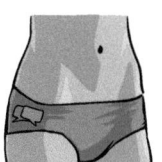	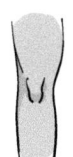	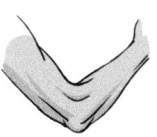
hofte	knæ	albue
ìbàdí	orúnkún	ìgúpá
	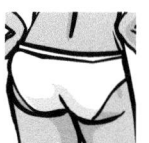	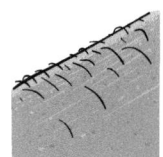
næse	bagdel	hud
imú	ìdí	awọ
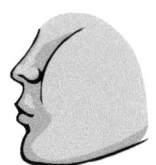	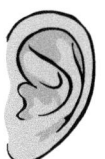	
kind	øre	læbe
ẹ̀rẹ̀kẹ́	etí	ètè

	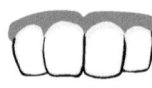	
mund	tand	tunge
ẹnu	eyín	ahọ́n
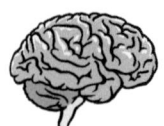		
hjerne	hjerte	muskel
ọpọlọ	ọkàn	iṣan
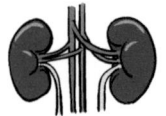		
lunge	lever	mavesæk
ìfun	ẹ̀dọ̀	ikùn
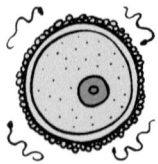		
nyrer	sex	kondom
kíndirín	ìbálòpọ̀	rọ́bà àbò
ægcelle	sperm	svangerskab
ofumu	àtọ̀	oyún

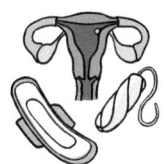

menstruation

ṅkan oṣù

vagina

òbò

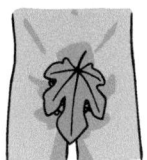

penis

okó

øjenbryn

ìpénpéjú

hår

irun

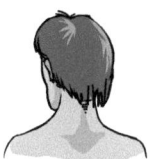

hals

ọrùn

sygehus
ilé ìwòsàn

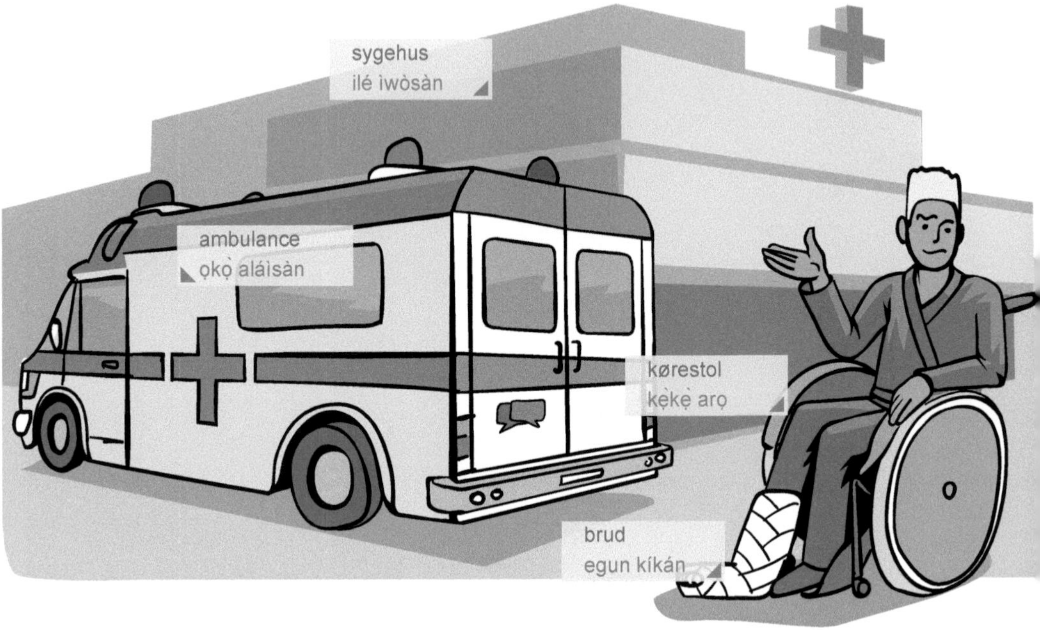

sygehus
ilé ìwòsàn
ambulance
ọkọ̀ aláìsàn
kørestol
kẹ̀kẹ́ arọ
brud
egun kíkán

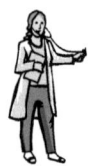

læge

dókítà

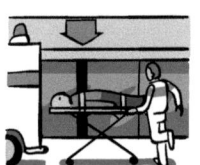

akutmodtagelse

yàrá pàjáwìrì

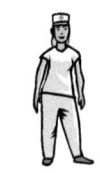

sygeplejerske

nọ́ọ̀sì

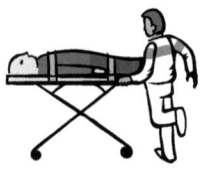

nødstilfælde

pàjáwìrì

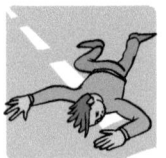

bevidstløs

dákú

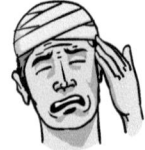

smerte

ìrora

skade

egbò

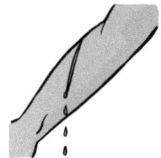

blødning

èjè dídà

hjerteinfarkt

àìsàn ọkàn

slagtilfælde

rọpárọsẹ

allergi

àlébù ògùn

hoste

ikọ

feber

ibà

influenza

ọfinkìn

diarré

igbẹ gburu

hovedpine

ẹfọrí

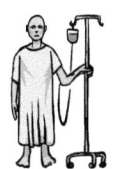

kræft

jejẹrẹ

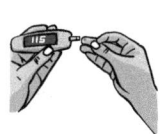

diabetes

ìtọ ṣúgà

kirurg

alábẹ

skalpel

abẹfẹlẹ

operation

iṣẹ abẹ

CT

CT

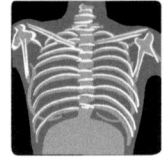

røntgen

x-ray

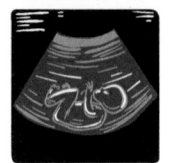

ultralyd

ọtirasandi

maske

aṣọ ìbòjú

sygdom

àrùn

venteværelse

yàrá ìdúró

krykke

ọ̀pá

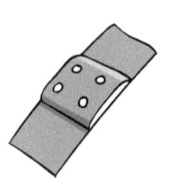

plaster

àlẹ̀mọ́

forbinding

aṣọ àfiwé

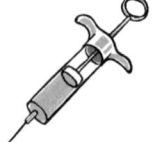

injektion

abẹ́rẹ́

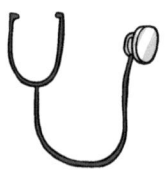

stetoskop

àyẹ̀wò èémì

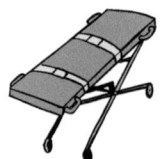

båre

àtẹ aláìsàn

termometer

ẹ̀rọ ìwọ̀n oru ilé ìwòsàn

fødsel

ìbí

overvægt

ìsanrajù

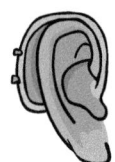

høreapparat

ẹrọ àfigbọ́rọ̀

desinficerende middel

apa kòkòrò

infektion

àkóràn

virus

kòkòrò

HIV / AIDS

Àrùn HIV / AIDS

medicin

òògùn

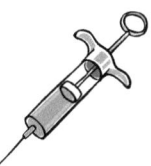

vaccination

àjẹsára

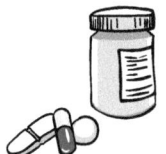

tabletter

tabulẹti

pille

òògùn

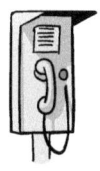

nødopkald

ìpè pàjáwìrì

blodtryksmåler

atọpinpin ẹ̀jẹ̀ ríru

syg / rask

àìsàn / lera

Hjælp!

Ìrànlọ́wọ́!

alarm

ìtanijí

overfald

ìluni

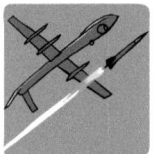

angreb

ìdójukọ

fare

ewu

nødudgang

ìjáde pàjáwìrì

Det brænder!

Iná!

ildslukker

panápaná

uheld

ìjàmbá

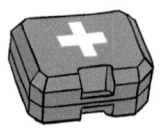

førstehjælps-kuffert

àpótí ìtọ̀jú aláìsàn

SOS

SOS

politi

ọlọ́pàá

Europa

Yuropu

Nordamerika

North Amerika

Sydamerika

South Amerika

Afrika

Afirika

Asien

Esia

Australien

Ọsirelia

Atlanterhavet

Atlantic

Stillehavet

Pacific

Indiske Ocean

Indian Ocean

Sydlige Ishav

Antarctic Ocean

Ishav

Arctic Ocean

Nordpol

Òpó Ìlà Òrùn

Sydpol

Òpó Ìwọ̀ Òrùn

Antarktis

Antarctica

Jorden

Ayé

land

ilẹ̀

hav

òkun

ø

erékùsù

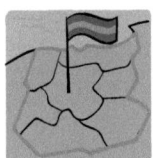

nation

orílẹ̀-èdè

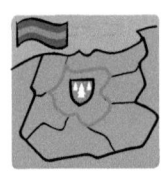

stat

ìpínlẹ̀

urskive

ojú aago

timeviser

ọwọ́ wákàtí

minutviser

ọwọ́ ìṣẹ́jú

sekundviser

ọwọ́ ìṣẹ́jú àáyá

Hvad er klokken?

Kínni aago sọ?

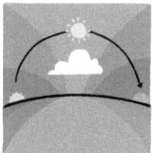

dag

ọjọ́

tid

àkókò

nu

báyìí

digitalur

aago onínọ́mbà

minut

ìṣẹ́jú

time

wákàtí

uge

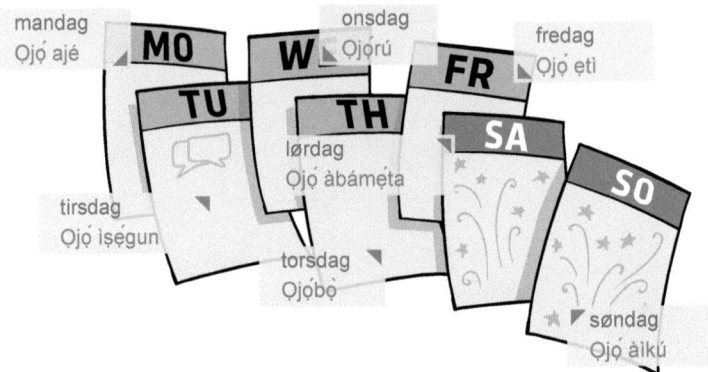

mandag
Ọjọ́ ajé

onsdag
Ọjọ́rú

fredag
Ọjọ́ ẹtì

tirsdag
Ọjọ́ iṣẹ́gun

lørdag
Ọjọ́ àbámẹ́ta

torsdag
Ọjọ́bọ

søndag
Ọjọ́ àìkú

i går
àná

i dag
òní

i morgen
ọ̀la

morgen
àárọ̀

middag
ọ̀sán

aften
ìrọ̀lẹ́

arbejdsdage
àwọn ojọ́ iṣẹ́

weekend
ìparí ọ̀sẹ̀

år

ọdún

regn
òjò
regnbue
òṣùmàrè
vind
afẹ́fẹ́
sne
yìnyín
forår
ìgbà otútù díẹ̀
sommer
ìgbà oru
efterår
ìgbà oru díẹ̀
vinter
ìgbà otútù

4.APRIL 11°
5.APRIL 4°
6.APRIL 13°
7.APRIL 8°
8.APRIL 10°

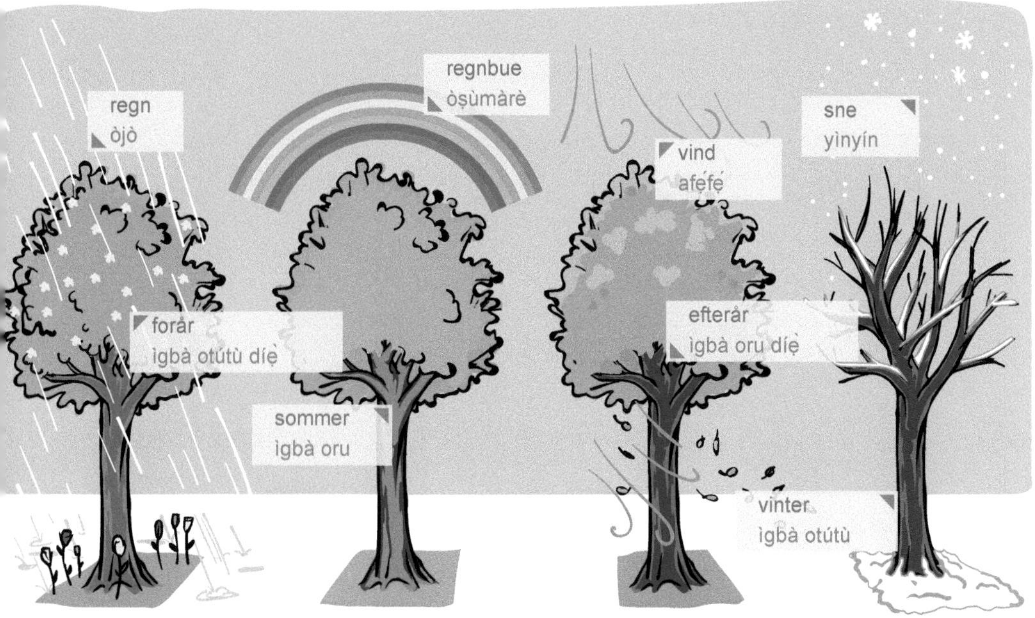

vejrudsigt

ìsọtẹ́lẹ̀ ojú-ọjọ́

F
C
120
90
60
30
0
-30
40
30
20
10
0
-10
-20

termometer

ẹ̀rọ ìwọ̀n oru

solskin

ìtànsán òrùn

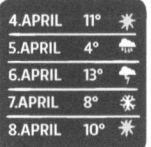

sky

òfurufú

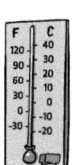

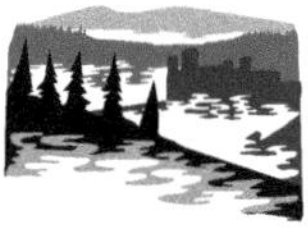

tåge

ọ̀pọ̀lọ́

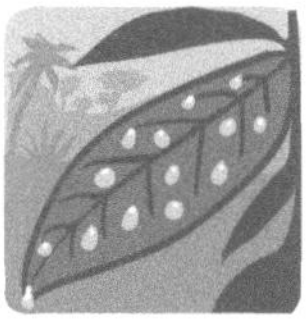

luftfugtighed

ọ̀gìnniti

lyn

iná

torden

àrá

storm

ìjì

hagl

kùrukùru

monsun

afẹ́fẹ́

flod

àgbàrá

is

omi dídì

januar

Oṣù kínní

februar

Oṣù kejì

marts

Oṣù kẹẹ̀ta

april

Oṣù kẹẹ́rin

maj

Oṣù kaàrún

juni

Oṣù kẹfà

juli

Oṣù keèje

august

Oṣù keèjọ

september
....
Oṣù kẹẹsán

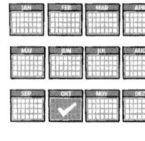

oktober
....
Oṣù keẹ̀wá

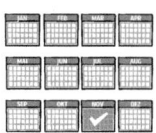

november
....
Oṣù kọkànlá

december
....
Oṣù kejìlá

cirkel
....
róbótó

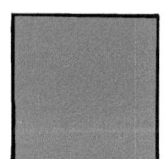

kvadrat
....
onígun mẹrin dọ́gba dọ́gba

firkant
....
onígun mẹrin

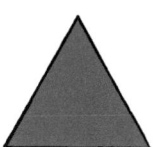

trekant
....
onígun mẹta

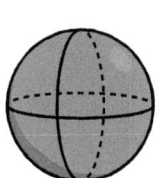

kugle
....
sifia

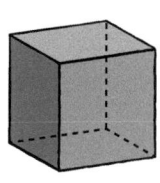

terning
....
kubu

hvid

funfun

gul

yẹlo

orange

olómi ọsàn

pink

pinki

rød

pupa

lilla

pọpu

blå

bulu

grøn

aláwọ̀ ewé

brun

buranu

grå

rẹsúrẹsú

sort

dúdú

meget / lidt

ọpọ / níwọnba

rasende / fredelig

bínnú / farabalẹ̀

smuk / grim

rẹwà / òbùrẹwà

begyndelse / slut

bíbẹ̀rẹ̀ / òpin

stor / lille

ńlá / kékeré

lys / mørk

mọ́lẹ̀ / dúdú

bror / søster

arákùnrin / arábìnrin

ren / snavset

mímọ́ / dọtí

fuldkommen / ufuldkommen

parí / àìparí

dag / nat

ọjọ́ / alẹ́

død / levende

kú / àyè

bred / smal

fẹ̀ / tínrín

spiselig / uspiselig

jíjẹ / àìlèjẹ

vred / venlig

ibi / dára

ophidset / kedet

dunnú / sísú

tyk / tynd

tóbi / tínrín

først / sidst

àkọ́kọ́ / ìgbẹ̀yìn

ven / fjende

ọ̀rẹ́ / ọ̀tá

fuld / tom

kún / ṣófo

hård / blød

le / rọ̀

tung / let

wúwo / fúyẹ́

sult / tørst

ebi / òhùngbẹ

syg / rask

àìsàn / lera

illegal / legal

tàpá sófin / bá òfin mu

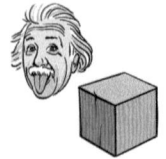

intelligent / dum

ọlọ́gbọ́n / òmùgọ̀

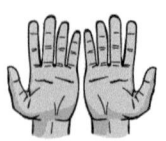

venstre / højre

òsì / ọ̀tún

nær / fjern

tòsí / jìnnà

ny / brugt

tuntun / àlòkù

intet / noget

àìsí nkan / níní nkan

gammel / ung

arúgbó / ọ̀dọ́

tændt / slukket

tàn / kú

åben / lukket

ṣí / padé

stille / højt

dákẹ́ / pariwo

rig / fattig

lọ́rọ̀ / tòsì

rigtig / forkert

tọ̀nà / àìtọ̀nà

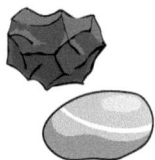

ru / glat

àìdán / dán

ked af det / lykkelig

banújẹ́ / dunú

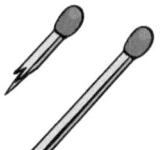

kort / lang

kúrú / gùn

langsom / hurtig

lọ́ra / yára

våd / tør

tutù / gbẹ

varm / kold

lọ́wọ́rọ́ / otútù

krig / fred

ogun / àlàfíà

0

nul

òdo

1

en

méní

2

to

méjì

3

tre

mẹ́ta

4

fire

mẹ́rin

5

fem

márùún

6

seks

mẹ́fà

7

syv

méje

8

otte

mẹ́jọ

9

ni

mẹ́sàán

10

ti

mẹ́wàá

11

elleve

mọ́kànlá

12	**13**	**14**
tolv	tretten	fjorten
méjìlá	mẹ́tàlá	mẹ́rìnlà

15	**16**	**17**
femten	seksten	sytten
mẹdogun	marundinlógún	mẹ́tàdínlógún

18	**19**	**20**
atten	nitten	tyve
méjìdínlógún	mọ́kàndínlógún	ogún

100	**1.000**	**1.000.000**
hundrede	tusinde	million
ọgọ́rùún	ẹgbẹ̀rún	miliọnu

engelsk

Gẹ̀ẹ́sì

amerikansk engelsk

Gẹ̀ẹ́sì Ilẹ̀ Amẹ́ríkà

kinesisk mandarin

Mandarini Ṣaina

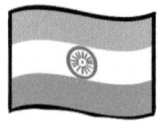

hindi

Hindi

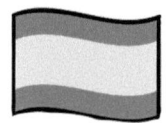

spansk

Sipaniṣi

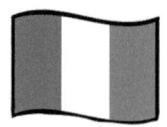

fransk

Faransé

arabisk

Lárúbáwá

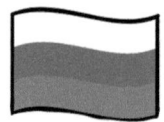

russisk

Rọṣia

portugisisk

Pọtugi

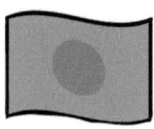

bengalsk

Bẹngali

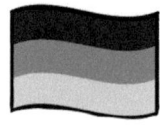

tysk

Jamani

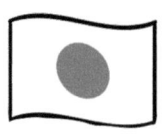

japansk

Japanisi

jeg

Èmi

du

ìwọ

han / hun / den / det

ọkùnrin / obìnrin / nkan

vi

àwa

I

ìwọ

de

àwọn

hvem?

tani?

hvad?

kínni?

hvordan?

báwo?

hvor?

níbo?

hvornår?

nígbà wo?

navn

orúkọ

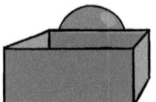

bag

léyìn

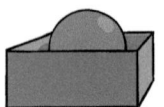

i

inú

foran

níwájú

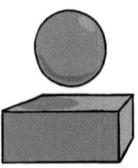

over

lókè

på

lórí

under

lábẹ́

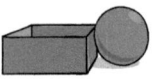

ved siden af

légbẹ̀ẹ́

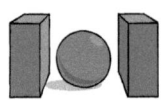

imellem

láàrín

sted

ibi